AF586795

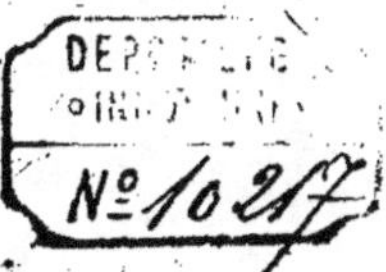

ASSOCIATION AMICALE DES CATHOLIQUES

DE

TOURANE

STATUTS

HUÉ
IMPRIMERIE DAC-LAP
BUI-HUY-TIN & Cie

1928

ASSOCIATION AMICALE DES CATHOLIQUES DE TOURANE

STATUTS

But de l'association

Article premier. — Il est formé entre les catholiques de Tourane une association qui prend le nom *d'«Association Amicale des catholiques de Tourane»*.

Art. 2. — Elle a pour but :

a) de développer entre les membres les sentiments de camaraderie et de solidarité ;

b) de consoler et encourager les membres affligés ou sinistrés pour les reconstituer en leur bien-être ;

c) de venir en aide moralement et pécuniairement à ses membres victimes d'une infortune ;

d) de pourvoir aux funérailles de ses membres et à celles de leur famille.

Composition de l'association

Art 3. — L'Association se compose :

a) de membres d'honneur ;

b) de membres bienfaiteurs ;

c) de membres fondateurs ;

d) de membres actifs ou adhérents.

Les membres d'honneur sont ceux qui, par leur situation, leur souscription ou leur inffluence, contribuent au développement de l'Association sans participer à ses avantages. Ils sont nommés par le Conseil d'Administration.

Les membres bienfaiteurs sont ceux qui font à l'Association une donation de vingt piastres (20$00) au moins sans bénéficier de ses avantages comme les membres actifs.

Les membres fondateurs sont ceux qui ont participé à la rédaction et à la discussion des présents statuts.

Les membres bienfaiteurs, d'honneur et fondateurs seront inscrits par le Conseil d'Administration sur le Livre d'or de l'Association.

Les membres actifs sont ceux qui ont adhéré au présent statut.

Les membres fondateurs, actifs ou adhérents peuvent seuls être appelés à faire partie du comité d'administration.

Conditions et modes d'admission et d'exclusion

Art. 4. — Les demandes d'admission sont adressées au président de l'Association qui les soumettra à l'examen du comité. Le membre adhérent doit être âgé de 20 ans au moins et présenté par deux membres de l'Association. Il doit, en outre, déclarer dans sa demande écrite, avoir pris connaissance préalable des présents statuts auxquels ils s'engagent à se conformer strictement.

Art. 5 — Tout sociétaire est libre de se retirer sur simple demande adressée au Président. Le sociétaire démissionnaire, radié ou exclu ne peut prétendre à aucun avantage de l'Association, ni réclamer les sommes qu'il a versées. Ces sommes restent acquises à la caisse de l'Association. Tout membre qui ne verse pas sa cotisation pendant trois mois consécutifs sera radié provisoirement par le comité après une lettre de mise en demeure restée sans réponse dans un délai de 15 jours. La radiation deviendra définitive après l'approbation de l'assemblée générale.

Le comité pourra prononcer dans les conditions qui précèdent, l'exclusion de tous membres qui auraient commis un acte contraire à l'honneur ou à la morale. Tout membre qui n'aura pas assisté à 3 assemblées générales consécutives, sauf excuse légitime, sera rayé du contrôle des sociétaires.

Art. 6. — Tout membre démissionnaire demandant sa réadmission, sera considéré comme nouveau adhérent et doit, par conséquent payer le droit d'entrée Tout membre exclu pour non paiement de sa cotisation ne peut être réadmis qu'après avoir payé toutes les cotisations restant dues au jour de sa radiation.

Fonds de l'Association

Art. 7. — L'avoir de l'Association se compose :

1°) d'un droit d'entrée (versé par chaque membre après son admission) de 1$00 (une piastre) ;

2°) d'une cotisation mensuelle de 0$20 (excepté membres d'honneur et bienfaiteurs) ;

3°) des souscriptions spéciales faites auprès de ses membres ;

4°) des dons faits par les membres d'honneur, bienfaiteurs ;

5°) des dons divers.

Art. 8. — La caisse doit avoir seulement un fonds de roulement de 30$00 au plus. L'excèdent devra être déposé dans une banque au nom de l'Association.

Administration

Art. 9. — L'Association est administré par un comité qui se compose de :

un président
un vice-président
un trésorier général
un trésorier adjoint
un secrétaire
deux commissaires
quatre syndics-visiteurs

Art. 10. L'élection du comité a lieu chaque année dans le courant du mois de janvier en assemblée générale.

Les membres du bureau sont élus pour un an au scrutin secret et dans les conditions habituelles. Les membres sortants sont rééligibles. Dans le cas où les candidats obtiennent un nombre égal de voix, l'élection est acquise aux plus âgés. Lorsqu'une vacance de un ou deux membres s'est produite dans le courant de l'année, le comité peut désigner d'office le ou les remplaçants. Si cette vacance s'élèvera à quatre membres, il sera procédé en assemblée générale extraordinaire à une nouvelle élection complémentaire. Leurs fonctions sont gratuites

Fonction respective des membres du conseil

Art. 11. – Le président représente l'Association dans toutes les circonstances où les intérêts de l'Association se trouvent engagés. Toutes les affaires intéressant l'Association doivent être soumises au Conseil d'administration. En cas d'urgence, les décisions peuvent être prises par le président après avoir entendu deux membres du conseil (un vice-président et un trésorier) sous réserve d'en rendre compte ultérieurement au conseil. Le président reçoit et signe toutes les correspondances concernant les affaires de l'Association.

Art. 12. Le vice-président seconde le président et le remplace en cas d'absence ou d'empêchement.

Art. 13. – Le trésorier général est responsable de la caisse. Il est chargé de l'encaissement, des droits d'entrée, des cotisations et des souscriptions spéciales et d'en donner quittance.

Aucune dépense ne peut être payée par le trésorier sans avoir été ordonnancée par le président et établie par le secrétaire.

Les dépenses et recettes devront être inscrites sur un livre de caisse coté et paraphé par le président. Elles seront arrêtées à la fin de chaque mois, date à laquelle le trésorier doit rendre compte au comité de la situation de la caisse.

Art 14. — Le trésorier adjoint aide le trésorier général dans toutes les fonctions et le remplace en cas d'absence ou d'empêchement et sous la responsabilité du trésorier général.

Art. 15. — Le secrétaire est chargé de la rédaction des procès-verbaux, de la correspondance et de la conservation des archives de l'Association.

Art. 16. — Les commissaires-vérificateurs sont chargés d'assurer l'ordre pendant les séances de l'assemblée. Ils remplacent les fonctions de scrutateur dans le cas de vote. Ils sont, en outre, chargés de la vérification des registres et de l'inventaire.

Art. 17. — Les syndics-visiteurs sont chargés :

1° — de visiter les malades

2° — de constater les maladies

3° — de proposer au Comité les mesures nécessaires prévues par les présents statuts

4° — de faire prévenir le Curé, s'il y a lieu

5° — de s'occuper des funérailles.

Obligation des sociétaires

Art. 18. — Tous les membres participant doivent payer régulièrement leur cotisation mensuelle prévue à l'article 7.

Les cotisations sont dues en entier pour tous les mois quel que soit la date d'admission. Elles sont dues en cas de maladie ou de convalescence, sauf décision contraire du Comité.

Obligation envers sociétaires

Art. 19. — L'Association s'efforcera d'assurer les relations intimes et les sentiments de camaraderie entre tous les membres. Lorsqu'un membre aura besoin d'un renseignement qui peut être fourni par le comité d'administration, il pourra écrire directement au président.

Art. 20. — Lorsque les orphelins ou les orphelines moins de 18 ans d'un sociétaire se trouvent dans une situation très précaire due par l'incapacité physique, le comité leur accordera un secours non renouvelable limité de 1$00 au minimum.

Le total des secours accordés à un membre dans les conditions qui précèdent, ne peut, en aucun cas, d'épasser Dix piastres, et ne peut être alloué qu'au vu d'un rapport circonstancié dressé par les commissaires-visiteurs.

Art 21. — En cas d'une maladie inattendue dont la durée dépasse 20 jours, les membres participants recevront une allocation de 0$20 par jour. Cette allocation ne pourra être accordée au-delà de 5 mois. Après cette période, toutes mesures de bienfaisance ne pourraient être envisagées que par une décision spéciale du comité. Les avantages qui précèdent ne sauraient être réservés à ceux qui ne paient pas leur cotisation pendant 3 mois consécutifs.

Art. 22. — Tout décès d'un membre participant ouvre droit à ce dernier à un secours de funérailles fixé à 15$00 pour ceux qui sont admis dans l'Association depuis plus d'un an et au-dessous et à 20 $ 00 pour ceux qui le sont depuis plus d'un an.

Les bénéfices prévus ci-dessus ne recevront leurs effets que 3 mois après la date de l'admission des ayants-cause

Art. 23 En cas du décès de la conjointe d'un membre participant, l'Association concourt au frais de ses funérailles par une allocation de 10$00 ou de 15$00 suivant les conditions prévues à l'article 22.

Art. 24. — Des cadeaux mortuaires fixés à 3$00 sont offerts aux membres de l'Association à l'occasion du décès de leurs parents des deux côtés ou de leurs enfants.

Art. 25 — Si la famille du défunt renonce au secours prévu plus haut, l'argent restera acquis à la caisse de l'Association.

Art 26. Le déplacement définitif d'un membre participant conserve à ce dernier ses droits seulement aux secours et allocations prévus aux articles 22, 23 et 24 sous réserve expresse que l'ayant-cause continue à verser régulièrement les cotisations prévues à l'article 18. Les secours et allocations accordés dans les conditions qui précèdent devront être précédées des justifications nécessaires

Assemblée générale et réunion diverses

Art. 27. — Les membres de la société sont réunis en assemblée générale une fois par an dans le courant du mois de janvier sur la convocation du comité en vue de procéder au renouvellement du comité d'administration et examiner les différentes questions qui lui seront soumises. Pour les cas présentant un caractère urgent, l'assemblée générale peut être réunie extraordinairement sur la convocation du conseil ou sur une demande motivée et adressée par la moitié des membres de la société au président du comité. La présence de la moitié plus un des membres suffit pour rendre valable toutes les délibérations de l'assemblée générale ordinaire ou extraordinaire. Dans le cas où le Quorum n'est pas réuni, les délibérations sont valables après la deuxième convocation quelle soit la présence des membres assistants. Les délibécations sont prises à l'unamité absolue, en cas de partage, la voie du président est prépondante.

Art. 28. — Les assemblées générales sont présidées par le président, en cas d'absence ou d'empêchement par le vice-président. Dans le cas où les deux premiers sont absents, le doyen des membres présents les remplacera.

Art. 29. — Le conseil d'administration se réunira toutes les fois où les besoins le demanderont. Toute réunion doit être précédée d'une convocation écrite. Les délibérations ne sont valables que si le nombre des membres présents à la séance atteint plus la moitié des membres du conseil.

Police et discipline

Art 30. — Tout membre qui manque à 3 réunions consécutives sans avoir justifié de ses absences est considéré comme démissionnaire de ses fonctions. Le conseil peut relever de ses fonctions tous membres qui ne remplissent pas convalablement les attributions à leurs dévolues par les présents statuts.

Art. 31. — Tout membre qui trouble le cours des séances ou s'y présente en état d'ivresse ou en tenue incorrecte ou qui y fait naître toutes discussions étrangéres, doit, sur l'ordre du commissaire quitter immédiatement la salle de réunion ; si le fautif refuse d'obéir à cette mise en demeure mention en sera faite au procès-verbal de la réunion et son nom sera rayé du contrôle des sociétaires.

Art. 32. — L'association délègue plein droit au comité d'administration pour élaborer un règlement intérieur commentant les conditions d'applications des présents statuts notamment ses articles 18, 20, 21, 22, 23, 24, 25, 26 et 27.

Elle délègue, en outre, ce même pouvoir en ce qui concerne la constitution des sous-comités charges de l'exécution de certains services provenant de l'application des présents statuts. Les sous-comités devront comprendre au moins deux membres pris parmi ceux du bureau.

Art. 33. - Toute discussion politique, religieuse ou étrangère au but de l'association est formellement interdite. Les agents de la force publique auront l'accès libre aux endroits où se tiennent les réunions partielles ou pleinières.

Registre

Art. 34. — L'association a pour sa gestion les registres suivants :

1°) un livre inventaire
2°) un livre de procès-verbal
3°) un livre de caisse
4°) un livre de contrôle

Modification — Dissolution — Liquidation

Art. 35. — Les présents statuts sont revisables. Ils ne peuvent être modifiés que par l'assemblée générale. Toute modification au présent statut ne pourra être mise en vigueur qu'après avoir été approuvée par l'Autorité Supérieure.

Art. 36. -- La société ne peut dissoudre d'elle-même qu'en cas d'insuffisance de ses ressources. La dissolution ne peut être prononcée que par assemblée générale spécialement convoquée à cet effet. Au cas où la dissolution est prononcée par l'Autorité Supérieure, l'excédent du fonds social sera versé à une œuvre de bienfaisance décidée par l'assemblée générale convoquée pour ce fait.

Les présents statuts recevront leurs effets à compter de la date de l'approbation de l Autorité compétente.

Fait à Tourane, le trente Septembre mil neuf cent vingt-huit.

M.M.	Nguyen cung Kinh.	Président
	Pham huu Liêm.	Vice-président
	Vuong kha Lam,	Trésorier
	Nguyen van Lanh,	Trésorier-adjoint
	Nguyen van Lien,	Secrétaire
	Truong van Tiên, Nguyen Thi,	Commissaires
	Nguyen van Quê, Nguyen dinh Xa, Nguyen dinh Hoe, Trân Vui,	Syndics-visiteurs

Vu et Autorisé
Hué, le 19 Octobre 1928
Le Résident Supérieur *p. i.* en Annam
Signé : JABOUILLE

Đà-Thành công-Giáo Ai-hữu hội

BỔN-LUẬT HỘI

Mục đích hội

Khoản thứ 1. — Những người theo đạo Công-Giáo ở Hàn hiệp thành một hội gọi là « Đà thành Công-Giáo Ái-hữu. »

Khoản thứ 2. — Mục đích hội như sau nầy :

a) để gây cái tình bằng hữu, cái nghĩa tương-liên với những người trong hội.

b) để an ủi đỡ đần cho hội-viên phải cơn sầu muộn, hoặc lâm tai biến, cho cảnh tình hội-viên nên khoái hoạt.

c) để giúp đỡ hội viên, hoặc công hoặc của khi nghèo nàn.

d) để lo việc tông táng cho hội-viên và gia-quyến hội viên.

Chân hội-viên

Khoản thứ 3. — Hội có những chân hội-viên sau nầy :

a) Danh dự hội-viên

b) Tán thành hội-viên

c) Sáng lập hội-viên

d) Chủ trì hội-viên

Danh dự hội-viên là những ông lấy địa vị mình thế lực mình, hay là quyên tiền vào hội để giúp hội mà không mong hưởng quyền lợi ở hội.

Những danh dự hội-viên thì do ban trị sự đón vào.

Tán thành hội-viên là những ông giúp cho hội một lần ít ra 20$00 mà cũng không cầu hưởng quyền lợi như hội-viên khác.

Sáng lập hội viên là những ông đã giúp nghĩ soạn điều lệ hội.

Ba hạng hội viên trên nầy tòa trị-sự sẽ đem tên vào sách vàng của hội.

Chủ trì hội-viên là những người theo giữ điều lệ hội.

Chỉ có hai hạng hội viên được bầu làm viên trị sự là sáng lập và chủ trì hội-viên.

Cách vào và ra hội

Khoản thứ 4.— Những đơn xin vào hội phải đưa đến ông Hội trưởng chuyển cho tòa trị sự xét. Người xin vào hội phải có ít ra là 20 tuổi và có hai hội viên nhận đưa vào. Phải nói rõ trong đơn rằng đã xem điều lệ hội và tình nguyện giữ trọn các khoản trong điều lệ ấy.

Khoản thứ 5. — Các hội viên được phép ra hội tự-do, chỉ phải viết giấy cáo cho hội trưởng biết mà thôi. Hội viên nào đã từ chức hoặc phải xóa tên hay là lạc linh ra hội, thì không đặng đòi lại những món tiền đã đóng vào hội ; những món tiền ấy đã nhập vào công quĩ hội.

Hội viên nào phạm đều lổi mất danh giá hoặc nghịch cùng luân lý, thì tòa trị sự sẽ lạc linh người ấy ra theo cách đã chỉ trên.

Hội viên nào không đến nhóm đại hội trong ba lần luôn mà không thỉnh cáo theo phép cũng phải loại ra khỏi hội.

Khoản thứ 6. — Những hội viên đã ra hội mà xin vào lại thì kể là người mới vào hội, nên phải đóng tiền nhập hội — Những hội viên bị xóa tên vì không đóng góp tiền tháng mà muốn vào hội lại phải trả các món tiền thiếu mới được.

VỐN CỦA HỘI

Khoản thứ 7.— Vốn của hội là những món nầy :

a) Tiền nhập hội một đồng (1$00) các chủ trì hội viên phải đóng sau khi vào hội.)

b) Tiền góp từng tháng là 0$20 (trừ danh dự và tán-thành hội-viên)

c) Tiền quyên riêng trong các hội viên.

d) Tiền cúng các danh dự và tán thành hội-viên.

e) Tiền cúng của người ngoài.

Khoản thứ 8 — Hội chỉ giữ trong cộng quĩ một số bạc 30$00, còn dư ra bao nhiêu phải đem gởi tại ngân hàng.

Tòa Trị-Sự

Khoản thứ 9 — Công việc hội giao cho một tòa trị sự gộp có

1 viên Chánh Hội trưởng
1 viên phó Hội trưởng
1 viên Chánh thủ quĩ
1 viên phó thủ quĩ
1 viên Thơ ký
2 viên Kiểm soát
4 viên vấn tấn

Khoản thứ 10 — Lệ một năm đại hội đồng bàn bầu trị-sự một lần trong tháng giêng tây. Tòa trị sự bầu hạn một năm : Lúc bầu bỏ vé kín theo lệ thường ; những viên trị sự mản hạng đặng bầu cử lại .— Lúc bàu nếu có nhiều hội-viên trúng cử đồng tiếng thì hội-viên nào lão hơn đặng trúng cử. Các viên trị sự làm việc không lương. Trong năm nếu có khuyết một hai viên trị sự thì hội đồng tự đặt người thế. Bằng khuyết đến bốn viên thì phải nhóm đại đội đồng bất thường để bầu thêm đủ số.

Chức vụ các viên Trị-sự

Khoản thứ 11.— Trong lúc có việc xảy ra can thiệp đến quyền lợi hội, thì hội trưởng đứng thay mặt cả đoàn thể mà binh vực quyền lợi hội. Phàm việc gì can thiệp đến hội thì phải đem trình tòa trị sự khi có việc k ấn cấp thì Hội trưởng được phép bàn với phó Hội trưởng và Thủ quĩ rồi thi hành nhưng sau phải trình tòa trị sự biết. Bao nhiêu thơ tín về việc hội thì phải qua tay Hội trưởng.

Khoản thứ 12.— Phó Hội trưởng thay quyền Hội trưởng khi Hội trưởng vắng mặt hay mắc việc.

Khoản thứ 13.— Chánh thủ quĩ phải trách nhiệm công quĩ hội. Thủ quĩ phải lo thâu tiền nhập hội, tiền đó g góp từng tháng, hay là tiền góp riêng. Khi nhận tiền phải ký biên lai. Những món tiền tiêu không có chữ ký Hội trưởng và thơ ký làm giấy thời thủ quĩ không được phép tự tiện chi tiêu. Các k' oản tiền thâu xuất đều phải biên vào sổ công quĩ, sổ ấy phải có chữ ký của Hội trưởng và đề số thứ tự từng trang. Đến cuối tháng, Thủ quĩ phải đem trình tòa trị sự biết các món xuất nhập trong tháng.

Khoản thứ 14. – Phó Thủ quĩ giúp đỡ Chánh Thủ quĩ và thay mặt trong khi đi vắng hay là ngăn trở, nhưng chánh Thủ quĩ vẫn cứ giữ phần trách nhiệm.

Khoản thứ 15 — Viên thơ ký làm biên bản hội-đồng, làm các thơ tín và giữ trang thơ của hội

Khoản thứ 16.— Hai viên kiểm soát coi trật tự trong khi nhóm, khi bầu cử trông nom việc bỏ thăm. – Các viên ấy lại còn phải coi soát các sổ sách và sổ biên vật liện của hội.

Khoản thứ 17.— Bốn viên vẫn tấn lo những việc sau nầy:

1°/ Viếng thăm bịnh nhơn.

2°/ Coi đau bịnh gì

3°/Tư xin với bản trị sự những ơn ich hội dành để cho hội viên theo điều lệ.

4°/ Lo cho người bệnh đặng gặp cha linh hồn khi cầu kíp.

5°/ Lo các việc tống táng.

Nghĩa vụ hội viên đối với hội

Khoản thứ 18.— Hội viên phải đóng tiền tháng như đã định nơi khoản thứ 7.

Vào hội giữa tháng hay là cuối tháng mặc lòng cũng phải đóng cả tháng .— Khi mắc bệnh hay là nghỉ dưỡng bệnh cũng phải đóng tiền tháng. Trừ khi tòa Trị-sự định riêng mới khỏi.

Hội đối với Hội-viên

Khoản thứ 19.— Hội phải làm sao cho chung cả hội viên đồng một lòng thân ái liên lạc. Khi nào hội viên cần hỏi han việc gì mà tòa trị sự có thể giải quyết đặng thì đặng phép viết thơ thẳng đến Hội trưởng.

Khoản thứ 20.— Con mồ côi hội viên hoặc trai hoặc gái dưới 18 tuổi nếu lâm cơn bần cùng vì bịnh hoạn tự nhiên thì hội đồng chuẩn cho tiền phụ cấp ít ra cũng một đồng bạc. Cho một lần mà thôi. — Số tiền cấp ấy không đặng quá mười đồng và phải có tờ trình của các viên vấn tấn tư xin mới đặng y.

Khoản thứ 21.—Khi lâm cơn bệnh chẳng dè quá 20 ngài mà chưa lành thì được lãnh tiền trợ cấp một ngày là 0$20. Tiền trợ cấp ấy không cho quá năm tháng. Hết hạn ấy bệnh chưa lành thì Hội đồng sẽ tìm phương riêng giúp đỡ. Những hội viên không góp tiền tháng trong 3 tháng luôn thì không đặng hưởng quyền lợi ấy.

Khoản thứ 22.— Mỗi khi hội viên mất thì được hưởng một món tiền tống táng định là 15$ cho những người đã vào hội từ một năm mà lui, và 20$ cho những người vào hội trên một năm. Cho được hưởng ơn ích ấy cần phải vào hội được ba tháng đã mới được.

Khoản thứ 23.— Khi vợ của hội viên mất thì hội cũng định một số tiền tống táng là 10$ hay là 15$ theo hạn định Khoản thứ 22.

Khoản thứ 24. — Khi cha mẹ đôi bên hoặc con cái hội viên mất thì hội sẽ đi lễ điếu đáng 3$00.

Khoản thứ 25.— Nếu gia chủ không muốn nhận mấy món tiền đã nói trên, thì số tiền ấy sẽ nhập vào công quĩ hội.

Khaản thứ 26.— Những viên đi khỏi đất Hàn cũng còn hưởng quyền lợi. Nhưng chỉ được hưởng các món trợ cấp đã định nơi khoản 22, 23, và 24 mà thôi, song buộc phải đóng góp theo điều lệ.

Mỗi khi ban tiền trợ cấp như vậy phải có các lế chứng chắc chắn mới đặng.

Đại hội đồng Tiểu hội đồng

khoản thứ 27 — Hằng năm đến tháng giêng tây thì hội viên nhóm đại Hội đồng để bầu bàn trị sự khác và xét các việc cần trong hội.— Trước khi nhóm phải có giấy mời của ban trị sự đương kim.

Trong khi việc gấp hoặc khi có số hội viên đông ít ra cũng nửa phần trong hội khở g đơn tới hội trưởng xin khai đại hội đồng thì đặng phép họp đại hội đồng bất thường, hễ số hội viên đến nhóm hơn một nửa thì lời bàn luận của hội đồng mới có giá trị.— Bằng chưa đủ số hội viên thì phải mời nhóm lần thứ hai. khi ấy số hội viên nhóm bao nhiêu cũng đủ bàn luận và cũng có giá trị. Khi nhóm, các lời bàn• định phải có công chúng hoan nghinh, bằng hai bên đồng tiếng ưng, thì bên nào có tiếng chủ tọa là bên hơn.—

Khoản thứ 28 .— Đại hội đồng do chánh hội trưởng làm chủ tọa.— Khi có việc ngăn trở hay là vắng mặt thì phó hội trưởng thay quyền bằng cả hai viên ấy đều mắc việc hoặc đi vắng thì quyền chủ tọa do viên đờn anh trong hội viên đến nhóm.

Khoản thứ 29.— Bất kỳ lúc nào, hễ có việc cần thì ban trị sự nhóm tiểu hội đồng. Trước khi nhóm phải có thơ mời. Số hội viên đến nhóm phải có mặt hơn nửa thì lời bàn mới có giá trị.

Việc Kiểm Soát và qui tắc-Hội

Khoản thứ 30. — Viên trị sự nào vắng mặt luôn 3 kỳ nhóm tiểu hội đồng mà không có cớ gì đích xác thì kể như đã từ chức. Viên nào không làm trọn nghĩa vụ hội phú thác cho theo bản luật nầy thì tòa trị sự có phép bãi chức viên ấy.

Khoản thứ 31 .— Hội viên nào đến nhóm đang lúc say sưa, ăn mặc không chỉnh tề, hay là lấy việc ngoài mà cãi cọ, thì phải vưng lệnh viên kiểm sát đi ra khỏi nhà nhóm lập tức. Bằng không tuân mà sinh sự rầy rà thì đem việc ấy vào tờ biên bản hội đồng, đoạn xóa tên kẻ ấy trong sổ hội.

Khoản thứ 32. — Hội giao trọn quyền cho tòa trị sự đặng phép làm luật riêng trong hội kể rõ cách thi hành các khoản, nhứt là mấy đều đã định trong khoản 18, 20, 21, 22, 23, 24, 25, 26 và 27.

Tòa trị sự cũng có quyền bầu thêm các tiểu hội cần kíp để thi hành việc nầy việc nọ theo điều luật dạy. Mấy tiểu hội đồng ấy phải có hai viên trị sự làm hội viên.

Khoản thứ 33. — Các lời bàn bạc việc chánh trị, về việc đạo, hay là ngoài mục-đích hội, đều cấm ngặt. Khi nhóm các vị thay mặt sở cảnh sát có được phép tự do ra vào.

Sổ Sách của hội.

Khoản thứ 34. — Hội có những sổ sách sau nầy :

1° Một quyển sổ biên đồ đạc nhà cửa của hội.
2° Một quyển biên bản.
3° Một quyển sổ công quĩ.
4° Một quyển biên tên các hội viên.

Việc sửa đổi điều lệ, Tan hội và chia hội

Khoản thứ 35. — Điều lệ nầy có thể thay đổi do Đại hội đồng định, mà khi sửa đổi đều gì phải có phép Chánh-phủ chuẩn y mới đặng thi hành.

Khoản thứ 36. — Khi nào hội hết tiền công thì có thể tự tan được. Hội tan phải họp Đại hội đồng. Nếu chánh phủ bắt hội phải tan, công ngân còn lại bao nhiêu thì do Đại hội đồng định mà đem bỏ vào một việc công ích.

Bản luật nầy sẽ đặng phép thi hành kể từ ngày chánh phủ duyệt y.

Bản luật nầy làm tại Tourane ngày 30 tháng chín tây năm một ngàn chín trăm hai mươi tám (30 Septembre 1928)

Vu et autorisé

Huê, le 19 Octobre 1928

Le Résident supérieur p. i en Annam

Signé : JABOUILLE

www.ingramcontent.com/pod-product-compliance
Lightning Source LLC
LaVergne TN
LVHW052038160826
845678LV00003B/1410

* 9 7 8 2 3 2 9 6 2 5 1 2 6 *